All Rights Reserved

ISBN: 9798557226134

Illustrated by BINYAM ALAZAR (biniyamart@gmail.com)

Cover coloring by Mae L. Cheong and Jheng Mun Cheong.

Cover design by Andrew Tadross

Follow <u>What is Ethiopia</u> on our instagram page (whatisethiopia). We want to see your artwork!! Take a photo of your coloring and drawing and post it! #whatisethiopia

If you've enjoyed this book, a friendly review on Amazon.com would be much appreciated. If you would like to make suggestions, or for bulk purchases, contact the publisher.

WHAT IS ETHIOPIA? / ኢትዮጵያ ምንድን ነች?

Is Ethiopia a nation… a people… a culture? It is all those. It is a complex tapestry of shared experiences and traditions that date back thousands of years.

ኢትዮጵያ ሀገር፣ ህዝብ፣ ወይስ ባህል ነች? ሁሉም ልክ ናቸው:: ኢትዮጵያ ከብዙ ሺህ ዓመታት በፊት የቆየ የህዝቦችዋ የጋራ ልምዶች እና ወጎች ዉጤት ነች::

Ethiopia has a long history that can be seen from many perspectives. Its people are a rich mix of ethnic groups, languages, religions, and cultures. Ancient Ethiopia is mentioned in the Bible numerous instances. For centuries, Ethiopia had been relatively undeveloped, with people surviving through hunting and farming within villages and rural areas. In the last century, however, Ethiopia has begun to develop rapidly and has expanded its national and global identity. The predominantly rural country has begun to urbanize and industrialize.

ኢትዮጵያ ከብዙ አቅጣጫዎች የሚታይ ረጅም ታሪክ አላት:: ህዝቦችዋ የተለያዩ ዉብ ብሄረሰቦች ፣ ቋንቋዎች ፣ ሃይማኖቶች እና ባህሎች ድብልቅ ናቸው። ኢትዮጵያ በመጽሐፍ ቅዱስ ውስጥ በበርካታ አጋጣሚዎች ተጠቅሳለች:: ለዘመናት ኢትዮጵያ በመንደሮች እና በገጠር አካባቢዎች በአደን እና በእርሻ የሚተዳደሩ ሰዎች በአንፃራዊነት ያላደጉ ነበሩ:: ባለፈው ምዕተ ዓመት ግን ኢትዮጵያ በፍጥነት ማደግ የጀመረች ሲሆን ብሄራዊ እና ዓለም አቀፋዊ ማንነቷን አጎለበተች:: በብዛት ገጠራማ የነበረች ሀገር በከተሞችና በኢንዱስትሪ መስፋፋት ጀምራለች::

Historically Ethiopia has been comprised of a myriad of tribes and kingdoms. The Axumite Empire pre-dates Christianity. The enormous stone obelisks in Axum are evidence of their power and sophistication.

በታሪክ ኢትዮጵያ ስፍር ቁጥር የሌላቸውን ጎሳዎችና መንግስታት ያቀፈች ነበረች:: ከነሱ በቀዳሚነቱ እና በታላከነቱ እንዲሁም በዛን ጊዜ በደረሰበት ስልጣኔ በቀዳሚነት የሚነሳው ገናናው የአክሱማዊው ስልጣኔ ነው:: በአክሱም ውስጥ ያሉት ግዙፍ የድንጋይ ሀወልቶች የኃይላቸው እና የዘመናዊነታቸው ማስረጃዎች ናቸው::

Ethiopia has a strong history in Christianity, Islam and other indigenous religions and beliefs like *Waaqeffannaa* which belongs to Oromo people, as well as animistic regions of the southern part of the country.

ኢትዮጵያ በክርስትና ፣ በእስልምና እና በሌሎችም እንደ የኦሮሞ ህዝቦች በሆነው ዋቄፈና(Waaqeffanna) እንዲሁም በደቡብ የአገሪቱ ክፍል እሚገኙ ብዙ አገር በቀል ሃይማኖቶች ጠንካራ ታሪክ አላት::

The Ethiopian Orthodox Christianity which was introduced in the 4th century is one of the few pre-colonial Orthodox churches in Africa. The church had dominant role in the culture and politics of the nation, having served as the official religion of the ruling elite until the demise of the monarchy in1974.

በ4ኛው ክፍለዘመን የተጀመረው የኢትዮጵያ ኦርቶዶክስ ክርስትና በአፍሪካ ውስጥ ቅድመ-ቅኝ ግዛት ከነበሩት ጥቂት የኦርቶዶክስ አብያተ ክርስቲያናት አንዷ ናት:: ቤተክርስቲያኗ በ1967 ዓ.ም ንጉሣዊው አገዛዝ እስኪወድቅ ድረስ የገዢው ልሂቃን ኦፊሴላዊ ሃይማኖት በመሆን እና በማገልገል በብሔር ባህልና ፖለቲካ ውስጥ ዋና ሚና ነበራት::

Islam arrived in Ethiopia shortly in the 7th century. Ethiopia was the first foreign country to accept Islam when it was unknown in most part of the world. Today, more than a third of Ethiopians practice Islam.

እስልምና በ7ኛው ክፍለዘመን ከሂጅራ ጥቂት ቀደም ብሎ ወደ ኢትዮጵያ ገባ። በአብዛኛዎቹ የዓለም ክፍሎች ባልታወቀበት ጊዜ እስልምናን ለመቀበል ኢትዮጵያ የመጀመሪያዋ የውጭ አገር ነበረች። ዛሬ ከአንድ ሶስተኛ በላይ የሚሆኑት ኢትዮጵያውያን እስልምናን ይከተላሉ።

Waaqeffanna is an ancient monotheistic religion that is indigenous to the Oromo people. The word Waaqeffanna derives from two Afaan Oromo words, *Waaqa* and *Aanfannaa* which means "God" and "be loyal to his law" respectively.

ዋቄፈና(Waaqeffanna) ጥንታዊ የሆነ የኦሮሞ ህዝብ ሀይማኖት ነው። ዋቄፈና የሚለው ቃል የመጣው ከሁለት የኦሮሚኛ ቃላት ዋቃ(*Waaqa*) እና አንፈና(*Aanfannaa*) ሲሆን ትርጉማቸውም በቅደም ተከተል "አምላክ" እና "ለህጉ ታማኝ ሁኑ" ማለት ነው።

Ethiopia is a home of many indigenous institutions which have been playing an indispensable role in guiding the social-political lives of the societies. The *Gadaa* system is one of the many Ethiopian traditional systems of governance, used by the Oromo people developed from knowledge gained by community experience over generations.

ኢትዮጵያ የበርካታ ሀገር በቀል ተቋማት መገኛ ነች ፤ ከጥንት ጊዜ ጀምሮ የህዝቦችን ማህበራዊ-ፖለቲካዊ ሕይወት በመምራት የማይናቅ ሚና እየተጫወቱ ይገኛሉ። ከበርካታ የኢትዮጵያ ባህላዊ የአስተዳደር ስርዓቶች አንዱ ከትውልድ ትውልድ ቅብብሎች የተገኘው እና ያደገው የኦሮሞ ህዝብ የሆነው የጋዳ ስርዓት ነው።

Emperor Tewodros II (1855-1868) is known as Ethiopia's first modern ruler. He reunified the various Ethiopian kingdoms into one empire and in 1868 he united the country, in its fight against England. Like his predecessor, Yohannes IV (1871-1889) was a strong, progressive ruler. He spent most of his time repelling military threats from Egypt, Italy, and the Sudan. Menelik II(1889-1913) moved the capital to its current location Addis Ababa. Under emperor Menelik II, Ethiopians from every corner of the country united to defeat the Italian invading force in 1896 in the legendary Battle of Adwa.

ዳግማዊ አፄ ቴዎድሮስ 1848-1861ዓ.ምየኢትዮጵያ የመጀመሪያ ዘመናዊ ገዥ በመባል ይታወቃሉ። ዘመናዊት ሃገር ለማነፅ ኢትዮጵያን ወደ አንድ ግዛት በማዋሃድ ተነሱ እንዲሁም በ1868 እንግሊዝን ለመዋጋት አገሪቱን አንድ አደረጉ። ልክ እንደ ዳግማዊ አፄ ቴዎድሮስ ፤አፄ ዮሐንስ አራተኛ 1864-1882ዓ.ምጠንካራ ገዥ ነበሩ። አብዛኛውን ጊዜያቸውን ያሳለፉት ኢትዮጵያን ከዉጭ ወራሪ ሃይሎች ማለትም ከግብፅ ፣ ከጣሊያን እና ከሱዳን የሚመጡ ወታደራዊ ወረራዎችን በመመከት ነበር። ዳግማዊ ምኒልክ 1882-1906ዓ.ም የግዛታቸው ዋና ከተማ አዲስ አበባ በማድረግ ከተማዋን መሰረትዋት። በዳግማዊ አፄ ምኒልክ ዘመን ከሁሉም የአገሪቱ ማእዘናት የተውጣጡ ጀግኖች ኢትዮጵያውያን አንድ በመሆን የጣሊያንን ወራሪ ኃይል በ1896 በታዋቂው የአድዋ ጦርነት አሸነፉ።

Haile Selassie ruled as Emperor from 1930 to 1974 and helped the country overcome attempted colonization during the Italian occupation (1935 - 1941). Haile Selassie is the namesake of Rastafarianism, a Jamaican based religion that deified Selassie, and has found a home in Shashamanie. He was also one of the founding fathers of the Organization of African Unity.

አፄ ሃይለስላሴ ንጉሠ ነገሥት ሆነው በመሾም ከ1923ዓ.ም እስከ 1967ዓ.ም የነገሱ ሲሆን አገሪቱ በጣሊያን ወረራ ጊዜ 1928-1934ዓ.ም የቅኝ ግዛት ሙከራን እንድታሸንፍ ረድተዋል። ራስታፋሪያኒዝም የአፄ ኃይለስላሴ ሥላሴን ስም ማለትም ራስ ተፈሪ ስያሜ ያደረገው እና ንጉሱን እንደ መለኮት የሰየመ የጃማይካ ሃይማኖት ነው።

ንጉሱም ለራስትታፋርያኖች በሻሸመኔ ቦታ ሰጥቶዋቸዋል:: አፄ ሃይለስላሴ የአፍሪካ አንድነት ድርጅት ከመሰረቱ አባቶችም አንዱ ነበሩ::

The Haile Selassie reign resulted in Ethiopia opening up to the world and establishing an identity based on its unique music, food, and culture. Great investments in schools and infrastructure were made, including the creation of Ethiopian Airlines.

የኃይለስላሴ ዘመነ መንግስት ኢትዮጵያ በልዩ ሙዚቃዋ ፣ በምግብ እና በባህሏ ላይ የተመሠረተ ማንነትዋን ለዓለም እራስዋን ያስተዋወቀችበት ጊዜ ነበር:: የኢትዮጵያ አየር መንገድ ምስረታን ጨምሮ በትምህርት ቤቶችና በመሰረተ ልማት አውታሮች ላይ ከፍተኛ እድገት የታየበት ጊዜም ነበር::

Haile Selassie was deposed by a Communist junta called 'The Derg' in 1974. The following decades were filled with turmoil and war. In 1991, a civil war came to a conclusion with Meles Zenawi taking power for the next 20 years and ushering in renewed investment in infrastructure. Following the death of Meles Zenawi, Haile Mariam Desalegn took power, and was replaced 5 years later by reformer Abiy Ahmed, winner of a Nobel Peace Prize.

የአፄ ሃይለስላሴ ንጉሳዊ አገዛዝ በ1967ዓ.ም 'ደርግ' ተብሎ በሚጠራው የኮሚኒስት መንግስት በመፈንቅለ መንግስት ከንግስናቸው ወረዱ ከዛ የቀጠሉት አስርት ዓመታት ኢትዮጵያ በሁከትና ጦርነት ተሞላች:: ከዛም በ1983ዓ.ም የእርስ በእርስ ጦርነቱ አልቆ መለስ ዜናዊ ለቀጣዮቹ 20 ዓመታት ስልጣኑን በመረከብ እና በመሰረተ ልማት ላይ የታደሰ ኢንቬስትሜትን በማስከተል ሀገሪቷን መራ:: የመለስ ዜናዊን ሞት ተከትሎ ኃይለ ማርያም ደሳለኝ ስልጣኑን የተረከቡ ሲሆን ከ 5 ዓመታት በኋላ ደግሞ የኖቤል የሰላም ሽልማት አሸናፊ በሆኑት ዐቢይ አህመድ ተተክተዋል::

Ethiopia's development of the Great Renaissance Dam, it's stewardship of the African Union, and the success of Ethiopian Airlines has continued to make the Ethiopian nation and its people proud.

የኢትዮጵያ ታላቁ የህዳሴ ግድብ ልማት ፣ የኢትዮጵያ አየር መንገድ ስኬት እና አዲስ አበባ የአፍሪካ ህብረት ዋና መቀመጫ መሆንዋ ኢትዮጵያ እንደ ሀገር እንዲሁም ህዝቦችዋን እንዲኮሩ ማድረጉን ቀጥሏል::

MAKING INJERA

The process of making injera takes about 3 days, and is typically the work of a woman, though men can make it too. The traditional injera cooker is a clay disk situated above a wood fired oven called a 'metad'. There are also electric metad machines now. A typical family makes fresh injera every three or four days.

እንጀራ የማምረት ሂደት 3 ቀናት ያህል ይወስዳል፤ ምንም እንኳን ወንዶች ሊሰሩት ቢችሉም በተለምዶ የሴቶች ሥራ ነው። ባህላዊው የእንጀራ ማብሰያ ምጣድ ተብሎ ከሚጠራው ከብ ቅርፅ ያለው ከሸክላ በተሠራ ምድጃ ላይ እሚቀመጥ ነው። በከተማ ደግሞ በብዛት የኤሌክትሪክ ምጣድ ይጠቀማሉ። በአንድ ቤተሰብ በየሶስት ወይም በአራት ቀናት ውስጥ እንጀራን ይጋገራል።

ETHIOPIAN FOOD

Injera is the most important food for Ethiopians. It is made from a grain, called 'teff'. Injera is usually eaten with a wot, or side dish like shiro, lentils (mesr), potatos, or roasted meat. At holidays it is typical for each family to slaughter a goat or lamb, or serve doro -wat (a spicy chicken dish). The food is often served on a colorful 'mesob'. If you are fed by hand by friend or family, it is called a gursha; a sign of affection.

እንጀራ ለኢትዮጵያውያን በጣም አስፈላጊ ምግብ ነው። የሚሰራው ጤፍ ከሚባል እህል ነው። እንጀራ ብዙውን ጊዜ እንደ ሽሮ፣ ምስር፣ ድንች ወይም የተጠበሰ ሥጋ እና ሌሎች የወጥ ዓይነቶች ጋር ይመገቡታል። በበዓላት ጊዜ እያንዳንዱ ቤተሰብ ፍየል፣በግ ወይም ዶሮን ማረድ የተለመደ ነው። ምግብ ብዙውን ጊዜ በቀለማት ያሸበረቀ ሜሶብ ላይ ይቀርባል። በኢትዮጵያውያን ዘንድ ጓደኛን ወይም ቤተሰብን በእጅ ማጉረስ የፍቅርና የክብር ምልክት ነው።

ETHIOPIAN MARKETS

Most food in Ethiopia is bought from bustling outdoor markets. Some markets are open daily, while some are only active once or twice per week. This is the place to buy fruits, vegetables, spices, honey, and even live animals such as sheep or chickens. Some markets are huge, such as Merkato in Addis Ababa, and some markets are small, perhaps a few vegetable sellers set up along the street.

በኢትዮጵያ ውስጥ አብዛኛው ለምግብ ግብቶች የሆኑ ሸቀጦች የሚገዙት በገበያዎች ነው፡፡ አንዳንድ ገበያዎች በየቀኑ ክፍት ሲሆኑ አንዳንዶቹ ደግሞ በሳምንት አንድ ጊዜ ወይም ሁለት ጊዜ እሚከፈቱ ናቸው፡፡ ፍራፍሬዎችን፣ አትክልቶችን፣ ቅመማ ቅመሞችን፣ ማርን እና እንደ በግ ወይም ዶሮ ያሉ የቤት እንስሳትን እንኳን ለመግዛት ይህ ቦታ ዋነኛ ነው፡፡ አዲስ አበባ ዉስጥ እንደሚገኘው ከአፍሪካ ትልቁ መርካቶ ገበያ ባያክሉም በኢትዮጵያ ብዙ ግዙፍ ገበያዎች አሉ አንዳንድ ገበያዎች ደሞ ትናንሽ ናቸው፡፡ በመንገድ ዳር ሁነው ጥቂት የአትክልትና ፍራፍሬ የሚሸጡም አሉ፡፡

Ethiopia has a rich culture of music and dance. There are many restaurants in the big cities that have feature cultural dancing and music with traditional instruments such as the krar, mesinko, and drums. Modern music includes Ethio-jazz and 'tizitas' – sad, love songs. Cultural tribes of Ethiopia have their own singing and dancing style. Ethiopian music legends include the father of Ethio-Jazz Mulatu Astatke, Ali Birra, Kiros Alemayo, Aster Aweke, Tilahun Gessesse , and Teddy Afro.

ኢትዮጵያ የበለፀጉ የተለያዩ የሙዚቃ እና የጭፈራ ባህል አላት፡፡ በትላልቅ ከተሞች ውስጥ እንደ ክራር፣ ማሲንቆ እና ከበሮ ባሉ ባህላዊ መሳሪያዎች ባህላዊ ጭፈራ እና ሙዚቃን የሚያሳዩ ብዙ ምግብ እና መጠጥ ቤቶች አሉ፡፡የኢትዮጵያ ዘመናዊ ሙዚቃ ኢትዮ-ጃዝ እና ትዝታን ያካትታል፡፡ የኢትዮጵያ ብሄር ብሄረሰቦች የየራሳቸው የዳንስና የሙዚቃ ዘይቤ አላቸው፡፡ የሃገሪቱ የሙዚቃ ኮከቦች የኢትዮ-ጃዝ አባት በመባል የሚታወቀው ሙላቱ አስታጥቄ፣ አስቴር አወቀ፣ ጥላሁን ገሠሠ፣ አሊ ቢራ፣ ኪሮስ አለማዮ እና ቴዲ አፍሮ ይገኙበታል፡፡

ADDIS ABABA

The capital of Ethiopia is Addis Ababa, a huge city of 5 million people, skyscrapers, shopping malls, light rail, universities, and neighborhoods. It is also home of the African Union. Addis Ababa is Ethiopia's center for business, government, and tourism. It is growing and modernizing all the time. 'Merkato' is the largest open-air market place in Africa.

አዲስ አበባ የኢትዮጵያ ዋና ከተማ ስትሆን 5 ሚሊዮን ያክል ህዝብ ያላት ግዙፍ ከተማ፣ ሰማይ ጠቀስ ፎቆች፣ የገበያ ማዕከላት፣ ቀላል ባቡር፣ ዩኒቨርሲቲዎች እንዲሁም ብዙ ሰፈሮች ያሉዋት ናት። የአፍሪካ ህብረትም መቀመጫም ነች። አዲስ አበባ የኢትዮጵያ የንግድ፣ የመንግስት እና የቱሪዝም ማዕከል ስትሆን በየጊዜው እያደገች እና እየዘመነች ነው። 'መርካቶ' በመባል እሚታወቀው በአፍሪካ ትልቁ ክፍት ገበያም ይገኝባታል።

MEDHANE ALEM CATHEDRAL

The Medhane Alem Cathedral in Addis Ababa is the 2nd largest cathedral in Africa. It's name means 'Saviour of the World'. Approximately 44 percent of Ethiopia practices Orthodox Christianity; a religion that follows the a unique calendar, and has a schedule of periodic fasting, and has created many awe inspiring monastaries . On Sundays, women wear a 'netella' (a white cloth) to church, while men where a white gabi (a light blanket).

በአዲስ አበባ የሚገኘው የመድኃኔዓለም ካቴድራል በአፍሪካ ሁለተኛው ትልቁ ካቴድራል ነው። ስሙ 'የዓለም አዳኝ' ማለት ነው። በግምት ወደ 44 ከመቶው የኢትዮጵያ ህዝብ የኦርቶዶክስ ክርስትና እምነት ተከታይ ነው። የኦርቶዶክስ ክርስትና ሃይማኖት ልዩ የቀን መቁጠሪያን የምትከተል፣ ወቅታዊ የጾም መርሃ ግብር ያላት እንዲሁም ብዙ የጥንት ገዳማትን ያሏት ሃይማኖት ናት። እሁድ እሁድ ሴቶች ቤተክርስቲያን ለመሄድ ነጠላ ወንዶች ደግሞ ጋቢ ይለብሳሉ።

THE TIGRAY PEOPLE / AXUM

Axum is a historical city of about 70,000 residents, located in the Tigray region. There are important Orthodox churches such as Cathedral of Our Lady Mary of Zion. Tourists come to see the 'stelae' – ancient stone obelisks that were built by the Axumite Empire over 1000 years ago. The population of Tigray is approximately 5 million, and the regional language is Tigrinya. Other large Tigray cities include Mekele (the regional capital) , Adwa, and Wukro. Ashenda is popular holiday that takes place in August in which women and girls sing and dance for to celebrate the ascension of the Virgin Mary.

አክሱም በትግራይ ክልል የምትገኝ ወደ 70 ሺህ ያህል ነዋሪዎች ያሏት ታሪካዊት ከተማ ናት፡፡ ከተማዋ በኦርቶዶክስ ሃይማኖት ዋነኛ ቅዱስ ስፍራ የሆነው የእመቤታችን ድንግል ማርያም ጽዮን ቤተክርስትያን መቀመጫ ነች፡፡ ቱሪስቶች ከ 1000 ዓመታት በፊት በአክሱም ስልጣኔ ጊዜ የተገነቡትን የድንጋይ ሀወልቶች እና ሎሎች ቅርሶች ለማየት ይመጣሉ፡፡ የትግራይ ህዝብ በግምት 5 ሚሊዮን ሲሆን ክልላዊ ቋንቋቸው ደግሞ ትግርኛ ነው፡፡ የክልሉ ዋና ከተማ መቀሌ ስትሆን ሌሎች የትግራይ ከተሞች መካከል ደሞ ሽሬ፣ አድዋ ፣ አዲግራት እና ውቅሮ ይገኙበታል፡፡ አሸንዳ በነሐሴ ወር ውስጥ ሴቶች እና ልጃገረዶች የድንግል ማርያምን ዕርገት ለማክበር የሚዘፍኑበት እና የሚጨፍሩበት ተወዳጅ በዓል ነው፡፡

SEMIEN MOUNTAINS

The Semien Mountains in the northern Ethiopia are also a UNESCO heritage site. Considered 'the Roof of Africa', the mountain range has a multitude of endemic plants and animals such as the Gelada baboon, the Ibex, and Dragon Tree and Giant Lobelia. The tallest mountain in Ethiopia is Ras Daschen, 4550m (14,927') above sea level. Many mountain climbers visit from around the world to challenge themselves in this rugged environment.

በሰሜን ኢትዮጵያ የሚገኙት የሰሜን ተራሮች በዩኔስኮ የተመዘገቡ የተፈጥሮ ቅርስ ናቸው። 'የአፍሪካ ጣሪያ' በመባል የሚታወቀው የተራራ ሰንሰለት በኢትዮጵያ ብቻ የሚገኙ እንደ ጭላዳ ዝንጀሮ እና ዋልያ ያሉ እንስሳት እንዲሁም እንደ ጅብራ ያሉ እጅግ በጣም ብዙ እፅዋት የያዘ ነው። በኢትዮጵያ ረጅሙ ተራራ ከባህር ጠለል በላይ 4,550ሜትር የሆነው ራስ ዳሽንም እዛ ይገኛል። ብዙ ሰዎች ከዓለም ዙሪያ በዚህ አስቸጋሪ በሆነ አካባቢ የተራራ ላይ አቀበት እራሳቸውን ለመፈታተን እና ውብ መልክአ ምድሩን ለማየት ይጎበኛሉ።

BLUE NILE FALLS / TIS ABAY

The 45 meter high waterfall known as Tis Abay (meaning 'Great Smoke') is found in the Amhara region, near the lakeside city of Bahir Dahr. Lake Tana is the source of the Blue Nile, which flows into Sudan and then through Egypt to the Mediterranean Sea. Tis Abay is a tourist destination for its beautiful natural scenery, especially during the rainy season when the waterfall is most powerful.

ጢስ ዓባይ በመባል የሚታወቀው የ45 ሜትር ከፍታ ያለው ፏፏቴ በአማራ ክልል በባህር ዳር ጣና ሐይቅ አቅራቢያ ይገኛል:: የጣና ሐይቅ ወደ ሱዳን ከዚያም በግብፅ እስከ ሜዲትራኒያን ባህር ድረስ የሚዘልቀው የአባይ ወንዝ ምንጭ ነው:: ጢስ አባይ ባለው ቆንጆ ተፈጥሮአዊ ገጽታ የቱሪስት መዳረሻ ሲሆን በተለይም በዝናብ ወቅት ፏፏቴው በጣም ኃይለኛ ይሆናል::

Fasilides castle in the city of Gondar is a historical destination in the Amhara region. This complex of was built in the 1600's by the Emporer Fasilides . It is a UNESCO World Heritage Site, visited as one of the main tourist destinations of Ethiopia. The Amhara region is home to about 18 million and includes other large cities such as Dese, Bahir Dar, and Debre Markos. The Amhara people speak Amharic, which is based on an alphabet called 'Fidel'.

በጎንደር ከተማ የሚገኘው በዩኔስኮ የዓለም ቅርስ የተመዘገበው፤ በ 16ኛው ክፍለ ዘመን በአፄ ፋሲለደስ የተገነባው የፋሲል ግንብ ታሪካዊ መዳረሻ ነው። ከዋና ዋናዎቹ የኢትዮጵያ የቱሪስት መዳረሻዎች አንዱ ሆኖ ይጎበኛል። የአማራ ህዝብ ቋንቋ አማርኛ ሲሆን 18 ሚሊዮን ያህል የህዝብ ብዛት ያለው እና እንደ ደሴ፣ ባህርዳር እና ደብረ ማርቆስ ያሉ ትልልቅ ከተሞችንም ያካተተ ነው።

Lalibela is a UNESCO World Heritage Site that is a major attraction for its 11 historical churches. These churches were constructed out of solid stone more than eiight centuries ago and are still in use today as holy pilgrimage sites for the Ethiopian Orthodox religion.

ላሊበላ በዩኔስኮ የዓለም ቅርስ የተመዘገቡ 11 ታሪካዊ ውቅር አብያተ ክርስቲያናት ያሉዋት ትልቅ የቱሪስት መዳረሻ ከተማ ነች። እነዚህ አብያተ ክርስቲያናት ከ 8 መቶ ዓመታት በፊት ከ አንድ አለት ተቀርፀው የተገነቡ ሲሆን እስካሁን ድረስ ለኢትዮጵያ ኦርቶዶክስ ሃይማኖት ቅዱስ ስፍራዎች ሆነው ያገለግላሉ።

THE OROMO PEOPLE

Coffee is the most important export for Ethiopia, and the coffee ceremony is a major part of Oromo culture. Oromia is the largest region of Ethiopia in terms of population (33 million) and area . They predominant language is Afan Oromo, and lingustically relates to Swahili and Somali, as a Cushitc language. Major Oromo cities include Jimma, Bishufto, and Adama. A major facet of Oromo culture is the Gada system, a democratic system of governence.

ቡና ለኢትዮጵያ ዋናው የወጪ ንግድ ሲሆን የቡና ሥነ ሥርዓቱም የኦሮሞ ባህል ዋና አካል ነው።ትልቅ ባህል እና ታሪች ያለው የኦሮሞ ህዝብ ቋንቋ አፋን ኦሮሞ ነው። በህዝብ ብዛት(35 ሚልዮን) እና በመሬት ስፋትም ትልቁ የኢትዮጵያ ክልል ነው።

OROMO HORSEMEN

Oromo warriors were traditionally skilled at fighting by horseback. They are known for wearing lion hair as part of their attire in battles to look intimidating. Nowadays, the Oromo horsemen mainly ride and dress for cultural celebrations. They decorate their horses with flowers and ornate saddles.

የኦሮሞ ተዋጊ ፈረሰኞች በታሪክ በፈረስ ተጋድሎ የተካኑ ናቸው። በጦርነት ውስጥ አስፈሪ ለመምሰል የአምበሳ ፀጉር የአለባበሳቸው አካል በማድረግ ይታወቃሉ። በአሁኑ ጊዜ የኦሮሞ ፈረሰኞች ፈረሶቻቸውን በአበቦች እና በሚያምር ኮርቻዎች አጊጠው በዋናነት ለባህል ክብረ በዓላት የሚጋልቡ ናቸው።

THE HARARI PEOPLE

The ancient walled city of Harar is a UNESCO World Heritage Site and considered 'the fourth holy city' of Islam due to its abundance of historic mosques. Harar is a distinct region with a population around 200,000 inhabitants. The old city is a tourist destination for its unique architecture, and culture of feeding wild hyenas. Most of the people speak Afan Oromo.

ጥንታዊቷ በግንብ የታጠረች ሐረር ከተማ በዩኔስኮ የዓለም ቅርስ ከመመዝገብዋም በላይ የበርካታ ታሪካዊ መስጊዶች መገኛ በመሆንዋ በእስልምና 'አራተኛዋ ቅድስት ከተማ' ተደርጋ ትቆጠራለች ። ሐረር ወደ 200,000 የሚጠጉ ነዋሪዎች የሚኖሩባት ልዩ ክልል ናት። የድሮዋ ከተማ ለየት ባለ ሥነ ሕንፃዋ እና የጅብ ጅቦችን በእጅ የመመገብ ባህል የቱሪስት መዳረሻ ናት። አብዛኛው የሃረር ሰው ኦሮምኛ ይናገራል።

THE GURAGE PEOPLE

The Gurage people are found about 125 km southwest of Addis Ababa. The Gurage are known for being hard workers and business minded. They have distinctive style of traditional house. One of their main foods is Kocho, a food that comes from the Enset plant (false banana). They are involved with coffee production and livestock.

የጉራጌ ህዝብ ከአዲስ አበባ በስተደቡብ ምዕራብ ወደ 125ኪ.ሜ. ገደማ ይገኛሉ። ጉራጌዎች ታታሪ እና በንግድ ስራ የተሰማሩ በመሆናቸው ይታወቃሉ። ባህላዊ ልዩ የቤት አሰራር ዘይቤዎች አሏቸው። ከዋና ምግቦቻቸው መካከል አንዱ ከእንሰት የሚሰራው ቆጮ ነው። በቡና ምርት እና በእንስሳት እርባታም የተሰማሩ ናቸው።

THE SIDAMA PEOPLE / LAKE HAWASSA

Hawassa is the capital of the Sidama Region and the Southern Nations, Nationalities, and Peoples' Region (SNNPR). The city is located on the shores of Lake Hawassa, which is home to a great variety of birds and wildlife, including hippopotamus. Fish from the lake are an important source of food locally, and often eaten fried. Agriculture, coffee production, and tourism, is important to the Sidama people. Numerous lakes are found in Ethiopia, especially within the 'Great Rift Valley'.

ሀዋሳ የሲዳማ ክልል እና የደቡብ ብሄሮች፣ ብሄረሰቦችና ህዝቦች ክልል ዋና ከተማ ናት። ከተማዋ በሐዋሳ ሐይቅ ዳርቻ ላይ የምትገኝ ሲሆን ጉማሬዎችን ጨምሮ እጅግ ብዙ የተለያዩ ወፎችና የዱር እንስሳት መኖሪያ ናት። ከሐይቁ የሚገኙ ዓሦች በአገር ውስጥ አስፈላጊ የምግብ ምንጭ ናቸው። በዋናነት እርሻ፣ የቡና ምርት እና ቱሪዝም ለሲዳማ ህዝብ የገቢ ምንጮች ናቸው። በኢትዮጵያ ውስጥ በተለይም በታላቁ የስምጥ ሸለቆ ውስጥ ብዙ ሐይቆች ይገኛሉ ከነዚህም ትልቁ ሐይቅ የጣና ሐይቅ ነው።

THE BENISHANGUL-GUMUZ REGION

The Benishangul-Gumuz region is in western Ethiopia, bordering Sudan. It is named for two ethnic groups. It is very mixed ethnically and religiously. The region is warmand tropical. Most people live in rural villages and work in agriculture and cattle herding. The Great Ethiopian Renaissance Dam is located in Benishangul-Gumuz and started construction in 2011.

የቤኒሻንጉል ጉሙዝ ክልል ሱዳንን በሚያዋስነው በምዕራብ ኢትዮጵያ ይገኛል። የክልሉ ስም ከሁለት የአከባቢው ብሄረሰቦች ማለትም ቤኒሻንጉል እና ጉሙዝ ብሄሮች የተሰየመ ነው። ክልሉ ሞቃታማ ሆኖ ብዙ ጎሳዎች እና ሃይማኖቶች ያሉት ሲሆን ብዙዎቹ የሚኖሩት በገጠር መንደሮች ውስጥ በግብርና እና በከብት እርባታ ላይ ተሰማርተው ነው። ታላቁ የህዳሴ ግድብም በዚሁ ክልል የሚገኝ ሲሆን ከ 2011 ጀምሮ በግንባታ ላይ ነው።

THE GAMBELA PEOPLE

The Gambela region in western Ethiopia is comprised of Nilotic ethnic groups, distinct from other areas of Ethiopia. The people are a mix of different ethnicities, including Anuak and Nuer, tribes that are also found in South Sudan. The Gambela people are often recognizable for their tall height, dark skin, and cultural scarification of their skin. The region is warm and tropical. Most people make their living in agriculture or animal herding. The population of the Gambela region is less than 1 million.

ብምዕራባዊ ኢትዮጵያ ያለው የጋምቤላ ክልል ከሌሎች የኢትዮጵያ አካባቢዎች የተለዩ የኒሎቲክ ቋንቋዎችን የሚናገሩ የናይል ሸለቆን ተከትለው የሚኖሩ ሕዝቦች ያቀፈ ነው። ህዝቡ በደቡብ ሱዳን ውስጥ የሚገኙትን አኘዋክ እና ኑዌርን ጨምሮ የተለያዩ ጎሳዎች ድብልቅ ነው። የጋምቤላ ህዝብ ብዙውን ጊዜ በረጅም ቁመታቸው፣ ጥቁር ቆዳቸው እና የቆዳ ላይ ባህላዊ ጠባሳቸው የታወቁ ናቸው። ክልሉ ሞቃታማ ሲሆን ብዙ ሰዎች ኑሮአቸውን የሚኖሩት በግብርና ወይም በእንስሳት እርባታ ነው። የጋምቤላ ክልል ህዝብ ብዛት ከ1 ሚሊዮን በታች ነው።

THE SOMALI PEOPLE

The Somali region (population approximately 5 million) is the eastern-most region of Ethiopia, bordering the country of Somalia. The capital of this region is Jigjiga. The Somali people speak the Somali language, and practice Islam, predominately. Most of the people are pastoralists, herding goats, sheep, camel, donkeys, and cattle.

የሶማሌ ክልል የህዝብ ብዛት 5 ሚሊዮን ያህል ሲሆን ሶማሊያ ሀገር ጋር ከሚያዋስነው የምስራቅ የኢትዮጵያ ክልል ይገኛል። የዚህ ክልል ዋና ከተማ ጅግጅጋ ስትሆን ህዝቡ ሶማሌኛን ቋንቋ ይናገራል እንዲሁም በዋነኝነት እስልምና ሃይማኖትን ይከተላል። በአብዛኛው ፍየሎች፣ በጎች፣ ግመሎ፣ አህዮች እና ከብቶች መሰረት ያደረጉ አርብቶ አደሮች ናቸው።

THE WOLAYITA PEOPLE

Wolayita is region of Southern Ethiopia that is to the east of Sidama. It is a recently created political zone, due to the divsion of the region. The language of these people is also called Wolayita, and is in the Omotic linguistic family. Residents of this area earn their living in agriculture. Wolayita people are appreciated for their colorful clothes, talented musicians and dancers, and their food, which includes raw beef 'kort' and 'kitfo' (ground).

ወላይታ ከሲዳማ በስተ ምሥራቅ የሚገኝ የደቡብ ኢትዮጵያ ክልል ነው። በደቡብ ክልል መከፋፈል ምክንያት በቅርቡ የተፈጠረ የፖለቲካ ቀጠና ወይም ክልል ነው። የወላይታ ህዝብ ቋንቋ ወላይታ(ወላይትኛ) ተብሎ የሚጠራ ሲሆን በኦሞቲክ የቋንቋ ቤተሰብ ውስጥ አሚካተት ነው። የወላይታ ህዝብ በዋናነት በግብርና ሥራ አሚተዳደር ሲሆን በቀለማት ያሸበረቁ ልብሶቻቸው ፣ በሚያምር ጭፈራቸው እና ሙዚቃቸው እንዲሁም ቁርጥ እና ክትፎ በመሳሰሉ ባህላዊ ምግቦቻቸው የታወቁ ናቸው።

THE AFAR PEOPLE

The Afar people live in the northeast area of Ethiopia. Their language is also called Afar. Most Afar are nomadic herders, following their cattle, camel, and sheep. They also produce and trade salt from the Danakil region. Their population in Ethiopia is about 4 million.

የአፋር ህዝብ የሚኖረው በኢትዮጵያ ሰሜን ምስራቅ አካባቢ ነው። ቋንቋቸውም አፋርኛ ይባላል። አብዛኛዎቹ አፋሮች ከብቶቻቸውን፣ ግመሎቻቸውንና ፍየሎቻቸውን ተከትለው የዘላን ህይወት እሚኖሩ ናቸው። በተጨማሪም ከዳናኪል አካባቢ ጨው ያመርታሉ እንዲሁም ይነግዳሉ። ቁጥራቸው በኢትዮጵያ ውስጥ ወደ 4 ሚሊዮን ያህል ነው።

THE AFAR PEOPLE

The Afar people live in the northeast area of Ethiopia. Their language is also called Afar. Most Afar are nomadic herders, following their cattle, camel, and sheep. They also produce and trade salt from the Danakil region. Their population in Ethiopia is about 4 million.

የአፋር ህዝብ የሚኖረው በኢትዮጵያ ሰሜን ምስራቅ አካባቢ ነው። ቋንቋቸውም አፋርኛ ይባላል። አብዛኛዎቹ አፋሮች ከብቶቻቸውን፣ ግመሎቻቸውንና ፍየሎቻቸውን ተከትለው የዘላን ህይወት እሚኖሩ ናቸው። በተጨማሪም ከዳናኪል አካባቢ ጨው ያመርታሉ እንዲሁም ይነግዳሉ። ቁጥራቸው በኢትዮጵያ ውስጥ ወደ 4 ሚሊዮን ያህል ነው።

GREAT ETHIOPIAN RENAISSANCE DAM

The Grand Ethiopian Renaissance Dam (GERD) is located in the Benishangul-Gumuz Region, in Eastern Ethiopia. Construction began in 2011. The dam will hold back the Blue Nile and will be the largest hydroelectric generator in Africa. It is a major source of pride for Ethiopians who financed and constructed the project.

ታላቁ የኢትዮጵያ የህዳሴ ግድብ በምስራቅ ኢትዮጵያ በቤኒሻንጉል-ጉሙዝ ክልል ይገኛል። ግድቡ በ 2003 ዓ.ም የተጀመረ የአባይ ወንዝ የሚገታ ሲሆን ሲያልቅ በአፍሪካ ትልቁ የሃይድሮ ኤሌክትሪክ ኃይል ማመንጫ ይሆናል። ፕሮጀክቱን በገንዘባቸው ላስጀመሩት እና እየገነቡት ላሉት ኢትዮጵያውያን ትልቅ የኩራት ምንጭ ነው።

ETHIOPIAN AIRLINES

Ethiopian Airlines was founded in 1945, and now flies all over the world from its hub at Bole International Airport in Addis Ababa.

የኢትዮጵያ አየር መንገድ የተመሰረተው እ.ኤ.አ. በ1938ዓ.ም ሲሆን አሁን አዲስ አበባ ከሚገኘው ቦሌ ዓለም አቀፍ አውሮፕላን ማረፊያ ዋና ጣቢያው ወደ መላው ዓለም ይብረራል::

Ethiopians are amongst the greatest distance runners in the world, and Olympic runners become national heroes when they bring home a medal. Some of the biggest stars in Ethiopian history are Abebe Bikila, Haile Gebre Selassie, Kenenisa Bekele, Tirunesh and Genzebe Dibaba, and Meseret Defar.

ኢትዮጵያውያን በዓለም ላይ ካሉ| ታላላቅ የረጅም ርቀት ሯጮች መካከል ሲሆኑ ብዙዎችቹ የኦሎምፒክ ሩጫን በማሸነፍ ብሔራዊ ጀግኖች ሆነዋል:: በኢትዮጵያ ታሪክ ውስጥ ካሉት ታላላቅ አትሌቶች መካከል አበበ በቂላ፣ ኃይሌ ገብረ ሥላሴ፣ ቀነኒሳ በቀለ፣ ጥሩነሽ ዲባባ እና ገንዘቤ ዲባባ እንዲሁም መሠረት ደፋር ይገኙበታል::

ETHIOPIAN CULTURAL ITEMS

1 ሰፌድ / sefied - woven device for sepating wheat from chaf. Also decorative.
2 ሚዶ / mido Traditional Ethiopian hair comb
3 ማጭድ / mach'd - a sickle, used for harvesting wheat, barley, teff etc.
4 ማሲንቆ / masinqo - traditional stringed instrument played somewhat like a violin
5 ከዘራ / kezera - walking stick typically used be rural men, for fashion and defense against hyenas. Also called, ዱላ / dula
6 ሹሩባ / shuruba - braided Ethiopian hair style
7 መሶብ / mesob - used to store injera for 3-4 days at a time
8 ጉርሻ / gur'sha - feeding by hand, a show of affection
9 ድስት / d'st - used to cook and contain 'wet' like chiro, that is eaten with injera
10 ብርሌ / brlé - the glass container used to drink tej (honey wine). Held with 2 fingers only.
11 ስኒ / s'ni - coffee / tea cups
12 በርጩማ / berchuma - traditional Ethiopian wooden sitting stool. Also called, ዱካ / duka
13 ሙቀጫ ና ዘነዘና / muqecha na zenezena - mortar and pestal (often a piece of re-bar) used for hand grinding coffee
14 ፈንዲሻ / fendisha - popcorn, a common Ethiopian snack
15 ጀበና / jebena - typical Ethiopian clay coffee pot
16 ከሰልማንደጃ / kesel mandeja - traditional coal cooker for coffee or food
17 ቀጤማ / qe*té*ma - fresh cut grass, placed in home or around coffee ceremony for celebrations
18 ጎጆ / gojo - traditional Ethiopian hut with grass/thatched roof

ETHIOPIAN WILDLIFE

Ethiopia is home to some amazing animals. Can you draw one yourself?

የኢትዮጵያ የዱር እንስሳት

የሚከተሉት በኢትዮጵያ ውስጥ የሚገኙ የዱር እንስሳት ናቸው ። እያዩ እራስዎ መሳል ይችላሉ?

Gelada Babboon – these agile and intelligent creatures are endemic to Ethiopia, and commonly found in the Semien Mountains living in complex family structures. They eat grasses and spend much of their days socializing and foraging, and grooming.

ጭላዳ ባቡን- እነዚህ ቀልጣፋና ብልህ ፍጥረታት በኢትዮጵያ ብቻ እሚገኙ ብርቅዬ እንስሳት ሲሆኑ በሰሜናዊ ተራሮች ውስጥ ውስብስብ በሆነ የቤተሰብ መዋቅር ውስጥ ይኖራሉ። ጭላዳ ባቡኖች ሳር እሚመገቡ ሲሆኑ ብዙ ጊዜያቸው በማኅበራዊ ኑሮ ያሳልፋሉ።

Hippopotamus – Hippos weigh as much as an automobile and are found in several large lakes in Ethiopia including in Ziway, Lake Tana, and Lake Hawassa. While they typically consume grass and live very sedentary lives, they can be very dangerous if you are in the water near them.

ጉማሬ - ጉማሬዎች እስከ አንድ አውቶሞቢል መኪናን እሚያክል ክብደት ሲኖራቸው በኢትዮጵያ ውስጥ በዝዋይ ፣ በጣና እና በሐዋሳ ሐይቅን ጨምሮ በበርካታ ትላልቅ ሐይቆች ውስጥ ይገኛሉ። በተለምዶ ሳር የሚበሉ እና ብዙ እንቅስቃሴ የማያደርጉ ቢሆኑም ወዳሉበት ውሃ ውስጥ በጣም ከቀረብካቸው ግን በጣም አደገኞች ሊሆኑ ይችላሉ።

Hyena – these large mammals are found commonly in Ethiopia and their 'ooo-woot' sound can be heard at night even in urban areas. They eat dead animals but can also prey on live animals, including livestock. They have been trained to eat from the hands of the 'Hyena Men' in Harar, for the pleasure of tourists. They are called 'jib' in Amharic.

ጅብ - እነዚህ ትልልቅ አጥቢዎች በአብዛኛው የኢትዮጵያ ቦታዎች የሚገኙ ሲሆን ድምፃቸው በከተማ አካባቢዎችም ቢሆን በሌሊት ይሰማል፡፡ የሞቱ እንስሳትን ይመገባሉ ነገር ግን የቤት እንስሳትን ጨምሮ በሕይወት ያሉ እንስሳትን ማደን ይችላሉ፡፡ በሀረር ውስጥ የሚገኙት ከሰው እጅ መብላት የሰለጠኑ ጅቦች ቱሪስቶችን እሚያስገርሙ ናቸው፡፡

Lion — Lions were once common in Ethiopia but have largely been eliminated due to hunting and habitat loss. The lion is very symbolic in Ethiopian culture. 'The Lion of Judah' 'Black Lion Hospital' etc. Other big cats such as leopards and cheetahs still exist in Ethiopia. The Amharic word for lion is'ambessa' – and its used to encouraging world to indicate strength.

አንበሳ –አንበሶች በአንድ ወቅት በኢትዮጵያ ውስጥ በብዛት ይገኙ ነበር ቢሆንም መኖሪያቸው በሆኑ ደኖች በመውደማቸው እና በአደን ምክንያት ቁጥራቸው በእጅጉ አንሶዋል፡፡ አንበሳ በኢትዮጵያ ባህል ውስጥ በጣም ትልቅ ትርጉም ያለው ነው ለዚህም 'የይሁዳ አንበሳ' 'ጥቁር አንበሳ ሆስፒታል' ወዘተ የሚሉ ስያሜዎች ማሳያ ናቸው፡፡ እንደ ነብር እና አቦሸማኔ ያሉ ሌሎች ትልልቅ ድመቶችም በኢትዮጵያ አሉ፡፡ አንበሳ የሚለው የአማርኛው ቃል ጥንካሬን ለማመልከት እና ለማበረታታትም ይጠቀሙበታል።

Marabou Stork – Ethiopia is home to a hundreds of types of birds including varieties of hummingbirds, songbirds, hawks, eagles, pelicans, and other waterfowl. The Marabou stork is one of the most recognizable birds due to its size (1.5 meter or 5 feet), large nests, and long beak. It is commonly seen at lakes and wetland in Ethiopia consuming fish. The Amharic word for bird is ‘ooof “ “wef”.

ጭልፊት - ኢትዮጵያ ብርቅዬ ወፎች ፣ ንስር፣ ዳክዬ እና ሌሎች በውሃ አካባቢ እሚኖሩ ወፍ ዝርያዎችን ጨምሮ በመቶዎች የሚቆጠሩ የወፍ ዓይነቶች መኖርያ ነች:: ጭልፊት በመጠን 1.5 ሜትር፣ በትልልቅ ጎጆዎቻቸው እና በረጅሙ ምንቃራቸው ምክንያት ከሚታወቁ ወፎች አንዱ ነው:: በተለምዶ በኢትዮጵያ ውስጥ በሐይቆች እና በእርጥብ መሬት ላይ ዓሳ ሲመገቡ ይታያሉ::

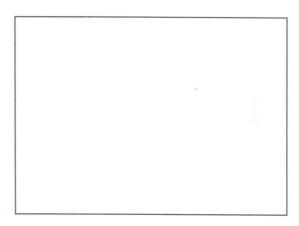

Walia ibex - Ethiopia has several, rare iconic hooved (hoofed) animals. These include with Walia ibex (pictured) and Nyala.

ዋልያ - ኢትዮጵያ በርካታ ብርቅዬ ባለ ሰኮና እንስሳት አሏት:: ዋልያ እና ኒያል ከነሱ ጋር ይካተታሉ::

Giraffes, zebra, elephants and other well-known African animals can be occasionally seen in Ethiopia but are not commonly found now due to habitat loss and hunting. Ethiopia’s animals need special protection to sustain their populations.

ቀጭኔዎች ፣ የሜዳ አህያ ፣ ዝሆኖች እና ሌሎች በጣም የታወቁ የአፍሪካ እንስሳት በኢትዮጵያ አልፎ አልፎ ሊታዩ ይችላሉ ነገር ግን በደን መጥፋት እና በአደን ምክንያት አሁን በአብዛኛው አይገኙም:: የኢትዮጵያ እንስሳት ህልውናቸው ለማስጠበቅ ልዩ ጥበቃ ይፈልጋሉ::

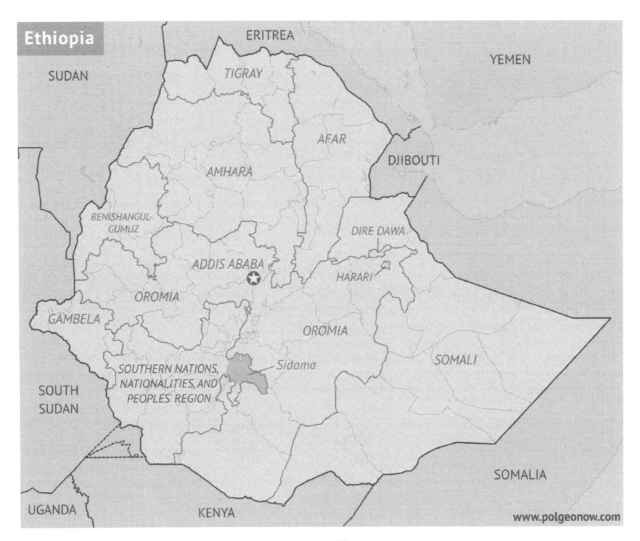

FACTS ABOUT ETHIOPIA / ስለ ኢትዮጵያ እውነታዎች

Population / የህዝብ ብዛት

Ethiopia had an estimated population of 115 million in 2020, the 12th largest country after Japan, and ahead of the Philippines. Ethiopia has a very high population growth rate.

የኢትዮጵያ ህዝብ ብዛት አሁን በ 2013ዓ.ም ወደ 115 ሚሊዮን እንደሚሆን ይገመታል፡፡በህዝብ ብዛት ኢትዮጵያ እጅግ ከፍተኛ የህዝብ ቁጥር እድገት ደረጃ ያላት ስትሆን በዓለም ከጃፓን በመቀጠል ከፊሊፒንስ ቀድማ በ 12ኛ ደረጃ ላይ የምትገኝ ሀገር ነች፡፡

Capital City / ዋና ከተማ

The capital city of Ethiopia is Addis Ababa, meaning 'New Flower'. It is the 3rd highest city in the world at 7,726 feet about sea level (2,255 meters).

የኢትዮጵያ ዋና ከተማ አዲስ አበባ ስትሆን ከባህር ጠለል በ2,255 ሜትር ከፍታ ላይ እምትገኝ በዓለም ላይ በከፍታ 3ኛ ከተማ ናት:: ከተማዋ የአፍሪካ ህብረት ዋና ጽህፈት ቤት መቀመጫ እና ከ 115 በላይ የውጭ ሀገር ኤምባሲዎች መቀመጫ የሆነች ሁለገብ ከተማ ነች::

Geography / መልክአ ምድር

Ethiopia in the 'Horn of Africa'; bordered by Eritrea to the north, Djibouti to the northeast, Somalia to the east, Kenya to the south, and South Sudan and Sudan to the west.

ኢትዮጵያ የአፍሪካን ቀንድ የተወሰነ ክፍል ታቅፋለች:: በሰሜን በኩል በኤርትራ ፣ በሰሜን ምስራቅ ጅቡቲ ፣ በምስራቅ ሶማሊያ ፣ በደቡብ ኬንያ እና በምዕራብ ሱዳን እና ደቡብ ሱዳን ትዋሰናለች:: ኢትዮጵያ እንደ ባሌ ተራሮች እና ስሜን ተራሮች ያሉ በርካታ ግዙፍ ተራሮች አሏት:: አብዛኛው ህዝብ የሚኖረው ከፍ ባለ ፣ በቀዝቃዛ ቦታዎች ላይ ነው። ኢትዮጵያ በታላቁ ስምጥ ሸለቆ ውስጥ ብዙ ሐይቆች በተጨማሪም ንቁ የእሳተ ገሞራ እንቅስቃሴ በሚገኘው ዳናኪል ውስጥ በዓለም ላይ በጣም ዝቅተኛ እና ሞቃታማ ቦታዎች አሏት:: ኢትዮጵያ ከምድር ወገብ በሰሜን ትገኛለች::

Exports / ወደውጭ የሚላኩ ሸቀጦች

The major exports of Ethiopia are coffee, oil seeds like sesame, rapeseed etc, cut flowers, dried legumes , and meat (sheep, goat, beef), and leather products.

ከኢትዮጵያ ወደ ውጭ ከሚላኩት ሸቀጦች ዋናዎቹ ቡና ፣ እንደ ሰሊጥ ያሉ የዘይት ዘሮች ፣ የተቆረጡ አበቦች ፣ የደረቁ ጥራጥሬዎች፣ ስጋ (የበግ ፣ የፍየል ፣ የበሬ) እና የቆዳ ውጤቶች ይገኙበታል::

Languages of Ethiopia / የኢትዮጵያ ቋንቋዎች

Amharic is the national language of Ethiopia. Amharic and Tigrinya are Semitic languages, relating to Arabic and Hebrew. Afan Oromo, a Cushitc language is the most widely spoken mother tongue of Ethiopian citizens. There are over 80 languages spoken in Ethiopia.

አማርኛ የኢትዮጵያ ብሔራዊ ቋንቋ ነው:: የግእዝ ቋንቋ መሰረታቸው ያረጉት አማርኛ እና ትግርኛ ከአረብኛ እና ከእብራይስጥ ጋር የሚዛመዱ የሴማዊ ቋንቋዎች ናቸው:: በኢትዮጵያ ውስጥ ከ 80 በላይ ቋንቋዎች ይነገራሉ ከነሱም በአገሪቱ ውስጥ በሰፊው የሚነገር የኩሽቲክ ቋንቋ የሆነው ኦሮሚኛ ነው::

REGIONS AND CITY ADMINISTRATIONS OF ETHIOPIA

	Population	Capital
Addis Ababa (city)	3,273,000	Addis Ababa
Afar Region	1,723,000	Semera
Amhara Region	27,401,000	Bahir Dar
Benishangul-Gumuz Region	1,005,000	Asosa
Dire Dawa (city)	440,000	Dire Dawa
Gambela Region	409,000	Gambela
Harari Region	232,000	Harar
Oromia Region	33,692,000	Addis Ababa
Somali Region	6,453,000	Jijiga
Southern Nations, Nationalities, and Peoples' Region	11,426,000	Hawassa
Tigray Region	4,056,000	Mek'ele
Sidama Region	10,850,000	Hawassa

MAJOR CITIES OF ETHIOPIA

	City	2016 Population	Region
1	Addis Ababa	3,352,000	Addis Ababa
2	Mekelle	441,991	Tigray
3	Gondar	740,859	Amhara
4	Adama	338,940	Oromia
5	Hawassa	318,618	SNNPR
6	Bahir Dar	797,794	Amhara
7	Dire Dawa	285,000	Dire Dawa
8	Sodo	253,322	SNNPR
9	Dessie	398,428	Amhara
10	Jimma	186,148	Oromia

Major Religions of Ethiopia

Ethiopian Orthodox	44%
Islam	34%
Protestant	19%
Traditional faiths	3%

Major Languages of Ethiopia

Oromo	33.8%
Amharic	29.3%
Somali	6.2%
Tigrinya	5.9%
Sidamo	2.3%
Wolaytta	2.20%
Gurage	2%
Afar	1.70%

MODERN LEADERS OF ETHIOPIA / የዘመናዊት የኢትዮጵያ መሪዎች

***Tewodros* II**
Emperor (1855 – 1869)
ዳግማዊ አፄ ቴድሮስ(1848-1861)

Yohannes IV
Emperor (1871 – 1889)
አፄ ዮሃንስ አራተኛ(1864-1882)

***Menelik* II**
Emperor (1889 – 1913)
ዳግማዊ አፄ ሚኒልክ(1882-1906)

Haile Selassie I
Emperor (1930 – 1974)
አፄ ሃይለስላሴ(1923-1967)

Mengistu Haile Mariam
Head of State
(1974 - 1991)
መንግስቱ ሃይለማርያም
(1967-1983)

Meles Zenawi
President(1991 – 1995)
Prime Minister (1995 - 2012)
መለስ ዜናዊ
ፕሬዝደንት(1983-1988)

Hailemariam Desalegn
Prime Minister (2012-2018)
ሃይለማርያም ደሳለኝ
ጠቅላይ ሚኒስተር(2005-2010)

Aby Ahmed
Prime Minister (2018 -)
አብይ አህመድ
ጠቅላይ ሚኒስተር(2010-)

FOODS OF ETHIOPIA

Ethiopian food is delicious! Injera, the spongy, pancake-like bread, is eaten almost every day by Ethiopians. On top of the injera is usually several different types of items such as shiro, mesir, kosta, gomen, or tibs. Pork is not eaten by most Ethiopans as it is taboo amongst Orthdox and Muslims, alike.

የኢትዮጵያ ምግቦች

የኢትዮጵያ ምግብ ጣፋጭ ነው! እንጀራ በየቀኑ ማለት ይቻላል በኢትዮጵያውያን የሚበላ ምግብ ነው፡፡ በእንጀራው ላይ ብዙውን ጊዜ እንደ ሺሮ ፣ ምስር ፣ ቆስጣ ፣ ጎመን ፣ ወይም ጥብስ ያሉ በርካታ የተለያዩ ዓይነት ወጦች ተጨምረው ይበላሉ። የአሳማ ሥጋ በኦርቶዶክስ እና በሙስሊሞች መካከል የተከለከለ በመሆኑ በአብዛኛዎቹ ኢትዮጵያዊያን አይበላም፡፡

Ethiopians grow many fruits and vegetables. In the markets you are likely to find mango, avocado, papaya, banana, and guava. Typical vegetables include carrot, onion, tomatoes, and peppers. In markets you can purchase grains such as wheat, barley, teff, and oats. Spices are incredibly important in Ethiopian food. Dishes like Shiro, tibs, and dorowat rely on spices and herbs such as *berbere*, *mitmita*, *cardamom*, *fenugreek*, and *rosemary*.

ኢትዮጵያውያን ብዙ ፍራፍሬዎችን እና አትክልቶችን ያመርታሉ ፡፡ በገበያዎቻቸው ውስጥ ማንጎ ፣ አቮካዶ ፣ ፓፓያ ፣ ሙዝ እና ዘይቱን የመሳሰሉ ይገኛሉ፡፡ የተለመዱ አትክልቶች ካሮት ፣ ሽንኩርት ፣ ቲማቲም እና ቃሪያ ያካትታሉ፡፡ በገበያዎች ውስጥ እንደ ስንዴ ፣ ገብስ ፣ ጤፍ እና አጃ ያሉ ጥራጥሬዎችን መግዛት ይችላሉ፡፡ ቅመሞች በኢትዮጵያ ምግብ ውስጥ በጣም አስፈላጊ ናቸው፡፡ እንደ ሽሮ ፣ ጥብስ እና ዶሮ ወጥ ያሉ ምግቦች እንደ በርበሬ ፣ ሚጥሚጣ ፣ ኮረሪማ ፣ አብሽ እና የጥብስ ቅጠል(ሮዝማሪና) ባሉ ቅመማ ቅመሞች እሚሰሩ ናቸው፡፡

Influence on Food – The Italian occupation during WWII left some imprints on Ethiopia's cuisine. These include very common use of pasta, macchiato style coffee, and great pizza shops. There are other global influences on food in Ethiopia. There are significant groups of Arabs, Indians, Asians, and Europeans living in Addis Ababa. It is easy to find different ethnic restaurants, especially in the areas near embassies. Fast food has become available in Ethiopia too.

የሌሎች ህዝቦች የአመጋገብ ተጽእኖ በኢትዮጵያ

በሁለተኛው የዓለም ጦርነት ወቅት የጣሊያን ወረራ ጊዜ በኢትዮጵያ ምግብ ላይ አንዳንድ አሻራዎችን ጥሏል፡፡ ከነዚህ በጣም የተለመዱ የፓስታ ፣ የማኪያቶ ቡና እና የፒዛ ቤቶችን መጠቀምን ያጠቃልላሉ፡፡ በኢትዮጵያ ውስጥ በምግብ ላይ ሌሎች ዓለም አቀፍ ተጽዕኖዎች አሉ ለዚህም ከድሮ ጀምሮ አዲስ አበባ ውስጥ የሚኖሩ ዐረቦች ፣ ሕንዶች ፣ እስያውያን እና አውሮፓውያን ጉልህ ሚና አላቸው፡፡ የተለያዩ ኤምባሲዎች አቅራቢያ ባሉ አካባቢዎች የተለያዩ የኢትዮጵያ ባህላዊ ምግብ ቤቶችን ማግኘት ቀላል ነው፡፡ እንደ በርገርና ፒዛ የመሳሰሉት ፈጣን የምግብ ዓይነቶችም በብዛት እየተለመዱ መጥተዋል፡፡

ETHIOPIAN DISHES / ዋና ዋና ምግቦች

Injera – the main food of Ethiopia. A spongy, tangy bread that is similar in shape and texture to a large pancake.It is made from a nutritious grain called teff.

እንጀራ - የኢትዮጵያ ዋና ምግብ፡፡ ከትልቅ ፓንኬክ ጋር በቅርጽ እና በአቀማመጥ ተመሳሳይ የሆነ ፣ የሚጣፍጥ እንጀራ የተሠራው ጤፍ ከሚባል ገንቢ እህል ነው፡፡

Dorowat – spicy stew featuring chicken and boiled eggs.

ዶሮወጥ - በዋናነት ዶሮ እና የተቀቀለ እንቁላል ያለው የተቀመመ ወጥ

Tibs – roasted goat, lamb, or, served with injera

ጥብስ - የተጠበሰ ስጋ (የፍየል ፣ የበግ ወይም የበሬ) ከእንጀራ ጋር

Kay wot – spicy beef stew that is red in color due to the berbere.

ቀይወጥ - በበርበሬው ምክንያት ቀይ ቀለም ያለው የተቀመመ የስጋ ወጥ

Shiro wot – a thick, spicy stew made with chickpeas, onion, tomato and chili powder. It is the most common dish eaten in Ethiopia.

ሽሮወጥ - ሽምብራ ከሌሎች ቅመማ ቅመሞች ጋር ተደባልቆ የተዘጋጀ ዱቄት ከሽንኩርት ፣ ቲማቲም እና ለሎች ቅመሞች የሚዘጋጅ ወጥ ነው፡፡ በኢትዮጵያ ውስጥ በብዛ የሚበላው በጣም የተለመደ ምግብ ነው፡፡

Mesr wot – stewed spicy lentils.

ምስር ወት - በቅመም የተቀቀለ የምስር ወጥ፡፡

Firfir – *firfir* means 'scrambled'. It could refer to scrambled eggs or scrambled injera, which you eat with bread or injera.

ፍርፍር- የእንቁላል ወይም የእንጀራ ፍርፍር ሊሆን ይችላል እሚበላውም በዳቦ ወይም በእንጀራ ነው፡፡

Kort – raw meat, eaten with berbere and mustard.

ቁርጥ- በበርበሬ እና በሰናፍጭ እሚበላ ጥሬ ሥጋ፡፡

Kitfo – raw ground meat, mixed with butter and spices.

ክትፎ - ከቅቤ እና ሌሎች ቅመማ ቅመሞች ተቀላቅሎ የሚሰራ የተፈጨ ሥጋ፡፡

Gunfo - a thick porridge made of wheat or barley. Often eaten by women after giving birth.

ገንፎ- ከስንዴ /ገብስ እሚሰራ ሆኖ ብዙ ጊዜ እናቶች ከወለዱ በኋላ ይመገቡታል ፡፡

ETHIOPIAN TRADITIONAL DRINKS

Buna – coffee, the number one export of Ethiopia! Usually drunk in three rounds, and served in a clay pot called a Jabena(Jebena).

ባህላዊ መጠጦች

ቡና- የኢትዮጵያ ቁጥር አንድ ወደ ውጭ ከሚላኩት ሸቀጦች አንዱ ቡና ነው! በባህላዊ መንገድ ከሸክላ የሚሰራ ለየት ያለ የራሱ ቅርፅ ያለው ጀበና ተብሎ በሚጠራ እቃ እሚፈላ ሲሆን ብዙውን ጊዜ በሶስት ዙር ይጠጣል፡፡

Tej – an alcoholic beverage made of fermented shrub mixed with honey.

ጠጅ- ማር ከጌሾ ጋር ተቀላቅሎ የሚሠራ የአልኮል መጠጥ።

Tella – a homemade lightly alcoholic beverage brewed from various grains.

ጠላ- ከተለያዩ እህሎች በቤት ውስጥ እሚሰራ ቀለል ያለ የአልኮሆል መጠጥ ያለው መጠጥ ነው፡፡

ETHIOPIAN SIDE DISHES & SNACKS

የመክሰስ ዓይነቶች

Kocho – traditional flat bread made from the Enset plant, popular in Oromia.

ቆጮ- ከእንሰት እሚሰራ ባህላዊ ቂጣ፡፡

Kosta–stewed spinach (I don’t thing its snack)

ቆስጣ- የተቀቀለ ቆስጣ

Dabo / ዳቦ – bread

Ayb / አይብ – cheese

Chechebsa – fried bread with berbere, egg and honey; eaten for breakfast

ጨጨብሳ- ከበርበሬ ጋር የተጠበሰ ቂጣ ከእንቁላል እና ከማር ተደባልቆ ለቁርስ እሚበላ ምግብ ነው፡፡

Kolo – toasted barley eaten as a snack. Often mixed with toasted peanuts and chickpea.

ቆሎ- የተጠበሰ ገብስ ሆኖ እንደ መክሰስ እሚበላ፡፡ ብዙውን ጊዜ ከተጠበሰ ኦቾሎኒ እና ሽምብራ ጋር ይደባለቃል።

Fendisha / ፈንዲሻ– popcorn, a common snack with buna.

ETHIOPIA TRIVIA

1. What does Addis Ababa mean in Amharic?
2. Who unified Ethiopia in 1855?
3. Who is the current Prime minister of Ethiopia?
4. What is the super nutritious grain that injera is made from?
5. What is the national language of Ethiopia?
6. What language is spoken as a mother tongue by most people?
7. What city is home to ancient towering stone obelisks?
8. What lake is the source of the Blue Nile?
9. What is the tallest mountain in Ethiopia a 4,5050m (14,872 feet) above sea level.
10. Name all of the countries bordering Ethiopia?
11. What is Ethiopia's top export?
12. Which Ethiopian leader founded Ethiopian Airlines?
13. What animal eats grass is found spending most of its time in Ethiopian lakes?
14. What does the name 'Selam' mean?
15. What colors are in the Ethiopian flag?
16. When is the first day of Ethiopian New Year?
17. What ancient city is surrounded by a stone wall and famous for hyena feeding?
18. What is the name of the largest market in Africa?
19. Which European country attempted, and failed to colonize Ethiopia during WWII?
20. Which leader started Ethiopian Airlines?
21. Who is the 'Father of Ethiopian Jazz Music'?
22. What is the capital of the Southern Nations, Nationalities, and Peoples Region (SNNPR) ?
23. What is 'som'(yets'om) food?
24. What complex of ancient churches in the Amhara region were carved from solid stone?
25. What is the festival, especially popular in Tigray, in which young girls and women dance and sing once a year?

(1) New Flower (2) Tewodros II (3) Abiy Ahmed (4) Teff (5) Amharic (6) Afan Oromo (7) Axum (8) Lake Tana (9) Ras Dashen (10) Eritrea, Sudan, South Sudan, Somali, Djibouti, Kenya (11) coffee (12) Haile Selassie (13) Hippopotamus (14) Peace (15) Green, yellow, and red (16) Sept 11 (17) Harar (18) Merkato (19) Italy (20) Haile Selassie (21) Mulatu Astatke (22) Hawassa (23) fasting / vegetarian food (24) Lalibella (25) Ashenda

አጫጭር ጥያቄዎች ስለ ኢትዮጵያ

1. አዲስ አበባ ማለት ምን ማለት ነው?
2. በ 1848ዓ.ም ኢትዮጵያን አንድ ያደረገው ማን ነው?
3. የአሁኑ የኢትዮጵያ ጠቅላይ ሚኒስትር ማነው?
4. እንጀራ የሚሠራበት እጅግ በጣም ገንቢ እህል ምንድነው?
5. የኢትዮጵያ ብሄራዊ የስራ ቋንቋ ምንድነው?
6. የእናት ቋንቋቸው ሆኖ ብዙ ሰዎች የሚናገሩት የትኛው የኢትዮጵያ ቋንቋ ነው?
7. የጥንት ረጃጅም የድንጋይ ሀወልቶች መገኛ ከተማ የትኛዋ ነች?
8. የአባይ ወንዝ ምንጭ ምን ሐይቅ ነው?
9. ከባህር ወለል በላይ በ 4,550 ሜትር ላይ የሚገኘው በኢትዮጵያ ረጅሙ ተራራ ምንድነው?
10. ኢትዮጵያን የሚያዋስኑዋትን ሀገሮች ሁሉ ጥቀስ?
11. ከኢትዮጵያ በከፍተኛ መጠን ወደ ውጭ እሚላክ ሸቀጥ ምንድነው?
12. የኢትዮጵያ አየር መንገድን የመሠረተው የትኛው ኢትዮጵያዊ መሪ ነው?
13. አብዛኛው ጊዜውን በኢትዮጵያ ሐይቆች ውስጥ የሚያሳልፍ ሣር የሚበላ እንስሳ የትኛው ነው?
15. በኢትዮጵያ ባንዲራ ውስጥ ምን ዓይነት ቀለሞች አሉ?
16. የኢትዮጵያ አዲስ ዓመት መቼ ነው?
17. የትኛዋ ጥንታዊት ከተማ ነች በድንጋይ ቅጥር የተከበበች እና በጅብ መመገብ የምትታወቀው?
18. በአፍሪካ ትልቁ የገቢያ ስም ማን ይባላል?
19. ሁለተኛው የዓለም ጦርነት ወቅት ኢትዮጵያን በቅኝ ግዛት ለመግዛት የሞከረች የትኛዋ የአውሮፓ ሀገር ነች?
21. ‘የኢትዮጵያ ጃዝ ሙዚቃ አባት’ በመባል እሚታወቀው ማን ነው?
22. የደቡብ ብሔሮች ፣ ብሔረሰቦችና ሕዝቦች ክልል (ደቡብ) ዋና ከተማ ማን ነች?
24. በአማራ ክልል ውስጥ ጥንታዊ ከአንድ አለት ድንጋይ የተቀረፁ አብያተ ክርስቲያናት እሚገኙበት ቦታ ምን ይባላል?
25. በዓመት አንድ ጊዜ ወጣት ልጃገረዶች እና ሴቶች የሚደንሱበት እና የሚያዜሙበት በተለይም በትግራይ እሚከበረው ፌስቲቫል ምንድነው?

(1) አዲስ አበባ (2) አፄ ቴዎድሮስ II (3) ዐብይ አህመድ (4) ጤፍ (5) አማርኛ (6) አፋን ኦሮሞ (7) አክሱም (8) ጣና ሐይቅ (9) ራስ ዳሽን (10) ኤርትራ ፣ ሱዳን ፣ ደቡብ ሱዳን ፣ ሱማሌ ፣ ጅቡቲ ፣ ኬንያ (11) ቡና (12) አፄ ኃይለ ሥላሴ (13) ጉማሬ (14) ሰላም (15) አረንጓዴ ፣ ቢጫ እና ቀይ (16) መስከረም 11 (17) ሐረር (18) መርካቶ (19) ጣልያን (21) ሙላቱ አስታጥቄ (22) ሀዋሳ ((24) ላሊበላ (25) አሸንዳ

ABOUT THE ILLUSTRATOR

Biniyam Alazar is a 20 year old student, and self-taught artist living in Bahir Dar, Ethiopia.

ABOUT THE PUBLISHER

The publisher Andrew Tadross (Endodo LLC) is a co-author of the following books, available on Amazon.com

THE ESSENTIAL GUIDE TO AMHARIC: The National Language of Ethiopia (2015) – Andrew Tadross / Abraham Teklu

THE ESSENTIAL GUIDE TO TIGRINYA - The Language of Eritrea and Tigray Ethiopia (2015) – Andrew Tadross / Abraham Teklu

AFAN OROMO: A Guide to Speaking the Language of Oromo People in Ethiopia (2016) Andrew Tadross / Abebe Bulto

TIGRINYA VERB CONJUGATION (2020) Andrew Tadross / Kokeb Dimtsekal

AMHARIC VERB CONJUGATION (2021) Andrew Tadross / Kokeb Dimtsekal

AFAN OROMO VERB CONJUGATION (2021) Andrew Tadross / Temesgen H. Berso

Made in the USA
Columbia, SC
24 November 2020